My Bilingual Picture Book

Kitabu changu cha picha cha lugha mbili

Sefa's most beautiful children's stories in one volume

Ulrich Renz • Barbara Brinkmann:

Sleep Tight, Little Wolf · Lala salama, mbwa mwitu mdogo

For ages 2 and up

Cornelia Haas • Ulrich Renz:

My Most Beautiful Dream · Ndoto yangu nzuri sana kuliko zote

For ages 2 and up

Ulrich Renz • Marc Robitzky:

The Wild Swans · Mabata-maji Mwitu

Based on a fairy tale by Hans Christian Andersen

For ages 5 and up

© 2024 by Sefa Verlag Kirsten Bödeker, Lübeck, Germany. www.sefa-verlag.de

Special thanks to Paul Bödeker, Freiburg, Germany

All rights reserved.
ISBN: 9783756304455

Read · Listen · Understand

Students of Swahili …

… will find useful grammar tables in the appendix.

Enjoy learning this wonderful language!

Sleep Tight, Little Wolf

Lala salama, mbwa mwitu mdogo

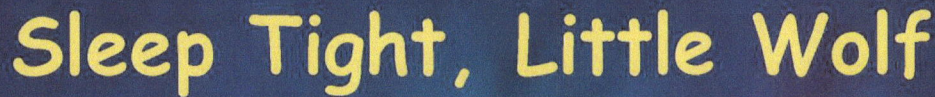

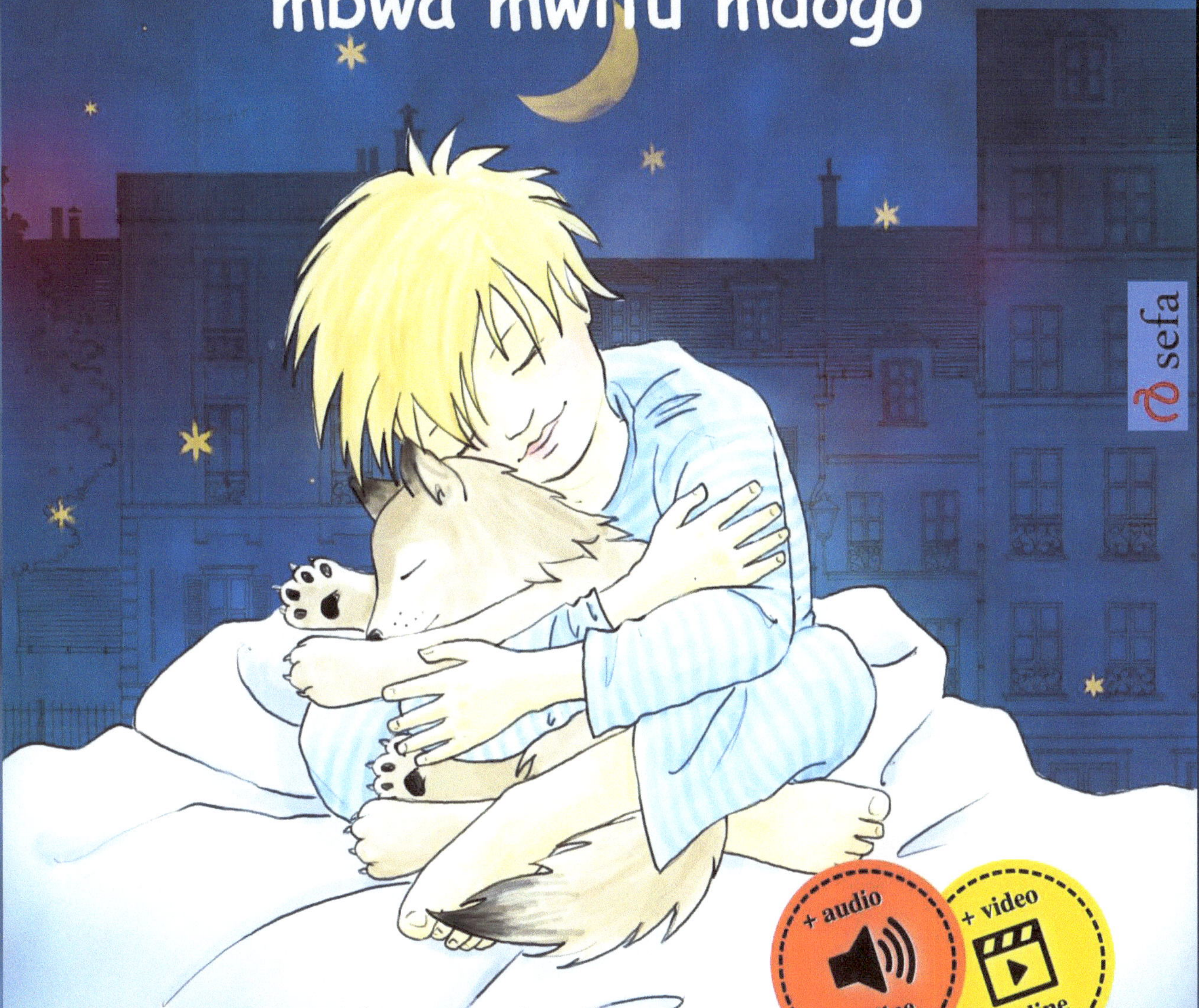

Ulrich Renz / Barbara Brinkmann

English — bilingual — Swahili

Translation:

Pete Savill (English)

George Aclay Makasi (Swahili)

Audiobook and video:

www.sefa-bilingual.com/bonus

Password for free access:

English: **LWEN1423**

Swahili: **LWSW2832**

Good night, Tim! We'll continue searching tomorrow.
Now sleep tight!

Usiku mwema, Tim! Tutaendelea kutafuta tena kesho.
Sasa lala salama!

It is already dark outside.

Kwa sasa usiku umeingia.

What is Tim doing?

Tim anafanya nini pale?

He is leaving for the playground.

What is he looking for there?

Anaondoka kwenda kiwanjani kucheza.

Anatafuta nini pale?

The little wolf!

He can't sleep without it.

Mbwa mwitu mdogo!

Hawezi kulala bila yeye.

Who's this coming?

Sasa anakuja nani?

Marie! She's looking for her ball.

Marie! Anatafuta mpira wake.

And what is Tobi looking for?

Na Tobi, naye anatafuta nini?

His digger.

Mashine yake inayochimbua.

And what is Nala looking for?

Naye Nala, anatafuta kitu gani?

Her doll.

Mwanasesere wake.

Don't the children have to go to bed?
The cat is rather surprised.

Hivi watoto hawahitaji kwenda kulala sasa?
Paka anashangazwa sana.

Who's coming now?

Nani anayekuja sasa?

Tim's mum and dad!
They can't sleep without their Tim.

Ni mama na baba yake Tim.
Hawawezi kulala bila Tim wao.

More of them are coming! Marie's dad.
Tobi's grandpa. And Nala's mum.

Wengine wanaendelea kuja! Baba wa Marie.
Babu wa Tobi. Na mama yake Nala.

Now hurry to bed everyone!

Sasa haraka mkalale!

Good night, Tim!

Tomorrow we won't have to search any longer.

Usiku mwema, Tim!

Hatutahitaji kutafuta tena zaidi.

Sleep tight, little wolf!

Lala salama, mbwa mwitu mdogo!

Cornelia Haas • Ulrich Renz

My Most Beautiful Dream

Ndoto yangu nzuri sana kuliko zote

Translation:

Sefâ Jesse Konuk Agnew (English)

Levina Machenje (Swahili)

Audiobook and video:

www.sefa-bilingual.com/bonus

Password for free access:

English: **BDEN1423**

Swahili: **sorry, not yet available!**

My
Most Beautiful Dream
Ndoto yangu nzuri sana kuliko zote

Cornelia Haas · Ulrich Renz

English — bilingual — Swahili

Lulu can't fall asleep. Everyone else is dreaming already – the shark, the elephant, the little mouse, the dragon, the kangaroo, the knight, the monkey, the pilot. And the lion cub. Even the bear has trouble keeping his eyes open …

Hey bear, will you take me along into your dream?

Lulu hawezi kulala. Wengine wote wanakuwa wanaota sasa – papa, tembo, panya mdogo, dragoni, kangaruu, shujaa, nyani, rubani. Na kitoto cha simba. Hata dubu ana shida kuendelea kufungua macho yake…

Dubu, je, utanipeleka kwenye ndoto yako?

And with that, Lulu finds herself in bear dreamland. The bear catches fish in Lake Tagayumi. And Lulu wonders, who could be living up there in the trees?

When the dream is over, Lulu wants to go on another adventure. Come along, let's visit the shark! What could he be dreaming?

Na kwa hilo, Lulu anajikuta ndani ya nchi ya ndoto ya dubu. Dubu anakamata samaki ndani ya ziwa Tagayumi. Na Lulu anashangaa nani anaweza kuishi huko juu ndani ya miti?

Ndoto inapokwisha, Lulu anataka kutafuta ujasiri mwingine. Haya, twende tumtembelee papa! Anaweza akawa anaota nini?

The shark plays tag with the fish. Finally he's got some friends! Nobody's afraid of his sharp teeth.

When the dream is over, Lulu wants to go on another adventure. Come along, let's visit the elephant! What could he be dreaming?

Papa anacheza mchezo wa kugusana na samaki. Mwishoni anapata marafiki! Hakuna anayeogopa meno yake makali.

Ndoto inapokwisha, Lulu anataka kutafuta ujasiri mwingine. Haya, twende tumtembelee tembo! Anaweza akawa anaota nini?

The elephant is as light as a feather and can fly! He's about to land on the celestial meadow.

When the dream is over, Lulu wants to go on another adventure. Come along, let's visit the little mouse! What could she be dreaming?

Tembo ni mwepesi kama unyoya na anaweza kuruka! Yuko karibu kutua kwenye malisho ya anga.

Ndoto inapokwisha, Lulu anataka kutafuta ujasiri mwingine. Haya, twende tumtembelee panya mdogo! Anaweza akawa anaota nini?

The little mouse watches the fair. She likes the roller coaster best. When the dream is over, Lulu wants to go on another adventure. Come along, let's visit the dragon! What could she be dreaming?

Panya mdogo anakuwa anaangalia kiwanja cha burudani. Anapenda zaidi treni ya burudani inayopita kwenye miinuko na miinamo mikali.
Ndoto inapokwisha, Lulu anataka kutafuta ujasiri mwingine. Haya, twende tumtembelee dragoni! Anaweza akawa anaota nini?

The dragon is thirsty from spitting fire. She'd like to drink up the whole lemonade lake.

When the dream is over, Lulu wants to go on another adventure. Come along, let's visit the kangaroo! What could she be dreaming?

Dragoni ana kiu kwa kutema moto. Angependa kunywa ziwa lote la maji ya limau.

Ndoto inapokwisha, Lulu anataka kutafuta ujasiri mwingine. Haya, twende tumtembelee kangaruu! Anaweza akawa anaota nini?

The kangaroo jumps around the candy factory and fills her pouch. Even more of the blue sweets! And more lollipops! And chocolate!

When the dream is over, Lulu wants to go on another adventure. Come along, let's visit the knight! What could he be dreaming?

Kangaruu anaruka kuzunguka kiwanda cha lawalawa na kujaza kifuko chake. Hata peremende nyingi za bluu! Na pipi vijiti! Na chokoleti!
Ndoto inapokwisha, Lulu anataka kutafuta ujasiri mwingine. Haya, twende tumtembelee shujaa! Anaweza akawa anaota nini?

The knight is having a cake fight with his dream princess. Oops! The whipped cream cake has gone the wrong way!
When the dream is over, Lulu wants to go on another adventure. Come along, let's visit the monkey! What could he be dreaming?

Shujaa anakuwa na mchezo wa kurushiana keki na binti mfalme kwenye ndoto. Oo! Keki ya malai imekwenda njia isiyo yake!
Ndoto inapokwisha, Lulu anataka kutafuta ujasiri mwingine. Haya, twende tumtembelee nyani! Anaweza akawa anaota nini?

Snow has finally fallen in Monkeyland. The whole barrel of monkeys is beside itself and getting up to monkey business.
When the dream is over, Lulu wants to go on another adventure. Come along, let's visit the pilot! In which dream could he have landed?

Mwishoni theluji imeanguka katika nchi ya nyani. Kikosi chote cha nyani wakawa wazimu na kucheza kama mazuzu.

Ndoto inapokwisha, Lulu anataka kutafuta ujasiri mwingine. Haya, twende tumtembelee rubani! Anaweza akawa anaota nini?

The pilot flies on and on. To the ends of the earth, and even farther, right on up to the stars. No other pilot has ever managed that.
When the dream is over, everybody is very tired and doesn't feel like going on many adventures anymore. But they'd still like to visit the lion cub.
What could she be dreaming?

Rubani anaruka na kuruka. Mpaka mwisho wa dunia, na hata mbali zaidi, mpaka juu kwenye nyota. Hakuna rubani mwingine aliyeweza kufanya hivyo.

Ndoto inapokwisha, Lulu anataka kutafuta ujasiri mwingine. Haya, twende tumtembelee kitoto cha simba! Kinaweza kikawa kinaota nini?

The lion cub is homesick and wants to go back to the warm, cozy bed. And so do the others.

And thus begins ...

Kitoto cha simba kina hamu kwenda nyumbani na kinapenda kurudi kwenye kitanda cha joto na starehe.
Hata na wengine.

Na hapa inaanza ...

... Lulu's
most beautiful dream.

... ndoto ya Lulu nzuri sana kuliko zote.

Ulrich Renz • Marc Robitzky

The Wild Swans

Mabata-maji Mwitu

Translation:

Ludwig Blohm, Pete Savill (English)

Josephat William, Joel Muhire (Swahili)

Audiobook and video:

www.sefa-bilingual.com/bonus

Password for free access:

English: **WSEN1423**

Swahili: **WSSW2832**

Ulrich Renz · Marc Robitzky

The Wild Swans

Mabata-maji Mwitu

Based on a fairy tale by

Hans Christian Andersen

English — bilingual — Swahili

Once upon a time there were twelve royal children – eleven brothers and one older sister, Elisa. They lived happily in a beautiful castle.

Hapo zamani za kale kulikuwa na watoto kumi na wawili wa mfalme – wavulana kumi na mmoja na dada yao mkubwa, Eliza. Waliishi kwa furaha katika ngome nzuri.

One day the mother died, and some time later the king married again. The new wife, however, was an evil witch. She turned the eleven princes into swans and sent them far away to a distant land beyond the large forest.

Siku moja mama yao alifariki, na muda fulani baadaye mfalme alioa tena. Hata hivyo, mke mpya alikuwa mchawi mbaya. Kwa uchawi aliwageuza watoto kumi na mmoja wa kiume wa mfalme kuwa mabata-maji, na kuwapeleka katika nchi ya mbali sana nje ya msitu mkubwa.

She dressed the girl in rags and smeared an ointment onto her face that turned her so ugly, that even her own father no longer recognized her and chased her out of the castle. Elisa ran into the dark forest.

Alimvalisha msichana matambara na alimpaka mafuta usoni ambayo yalimbadilisha kuwa mbaya sana kiasi kwamba hata baba yake alishindwa kumtambua, na alimfukuza nje ya ngome. Eliza alikimbilia kwenye msitu wenye giza.

Now she was all alone, and longed for her missing brothers from the depths of her soul. As the evening came, she made herself a bed of moss under the trees.

Sasa alikuwa peke yake kabisa, na kwa roho yake yote aliwatamani kaka zake waliopotea. Usiku ulipoingia, alijitengenezea kitanda cha nyasi laini chini ya miti.

The next morning she came to a calm lake and was shocked when she saw her reflection in it. But once she had washed, she was the most beautiful princess under the sun.

Asubuhi iliyofuata alipata ziwa tulivu, na alishtuka alipojiona katika maji. Lakini mara tu aliponawa, alikuwa binti mfalme mrembo sana kuliko yeyote duniani.

After many days Elisa reached the great sea. Eleven swan feathers were bobbing on the waves.

Baada ya siku nyingi Eliza alifika katika bahari kubwa. Manyoya kumi na moja ya mabata-maji yalikuwa yakielea juu ya mawimbi.

As the sun set, there was a swooshing noise in the air and eleven wild swans landed on the water. Elisa immediately recognized her enchanted brothers. They spoke swan language and because of this she could not understand them.

Jua lilipozama kulikuwa na mvumo wa sauti hewani, na mabata-maji mwitu kumi na mmoja walitua majini. Eliza mara moja aliwatambua kaka zake waliorogwa. Lakini kwa sababu waliongea lugha ya mabata-maji alishindwa kuwaelewa.

During the day the swans flew away, and at night the siblings snuggled up together in a cave.

One night Elisa had a strange dream: Her mother told her how she could release her brothers from the spell. She should knit shirts from stinging nettles and throw one over each of the swans. Until then, however, she was not allowed to speak a word, or else her brothers would die.
Elisa set to work immediately. Although her hands were burning as if they were on fire, she carried on knitting tirelessly.

Wakati wa mchana mabata-maji waliruka mbali, na wakati wa usiku walijikunyata pamoja na Eliza katika pango.

Usiku mmoja Eliza aliota ndoto ya ajabu: Mama yake alimwambia jinsi ambavyo angeweza kuwatoa kaka zake kutoka hali ya uchawi. Anapaswa kufuma mashati kwa kutumia upupu unaowasha, kisha kuyatupia juu ya kila bata maji. Hata hivyo, hadi wakati huo alikuwa haruhusiwi kuongea neno lolote, vinginevyo kaka zake wangekufa.
Eliza alianza kufanya kazi mara moja. Ingawa mikono yake ilikuwa inawasha kama vile ilikuwa motoni, aliendelea kufuma bila kuchoka.

One day hunting horns sounded in the distance. A prince came riding along with his entourage and he soon stood in front of her. As they looked into each other's eyes, they fell in love.

Siku moja mabaragumu ya wawindaji yalisikika kwa mbali. Mwana mfalme akiongozana na msafara wake alikuja akiendesha farasi, na mara alisimama mbele yake. Walipoangaliana machoni, walipendana.

The prince lifted Elisa onto his horse and rode to his castle with her.

Mwana mfalme alimnyanyua Eliza na kumweka juu ya farasi wake kisha walikwenda pamoja kwenye ngome yake.

The mighty treasurer was anything but pleased with the arrival of the silent beauty. His own daughter was meant to become the prince's bride.

Mtunza hazina mwenye nguvu hakufurahishwa kabisa na kuwasili kwa msichana mrembo mkimya. Binti yake mwenyewe alitarajiwa awe mchumba wa mwana mfalme.

Elisa had not forgotten her brothers. Every evening she continued working on the shirts. One night she went out to the cemetery to gather fresh nettles. While doing so she was secretly watched by the treasurer.

Eliza alikuwa hajawasahau kaka zake. Kila jioni aliendelea kufanya kazi ya kufuma mashati. Usiku mmoja alikwenda makaburini ili kukusanya upupu mpya. Wakati akifanya hivyo, alikuwa anatazamwa kwa siri na mtunza hazina.

As soon as the prince was away on a hunting trip, the treasurer had Elisa thrown into the dungeon. He claimed that she was a witch who met with other witches at night.

Mara tu mwana mfalme alipoondoka kwa safari ya kuwinda, mtunza hazina aliamuru Eliza atupwe gerezani. Alidai kwamba yeye alikuwa mchawi ambaye anakutana na wachawi wengine wakati wa usiku.

At dawn, Elisa was fetched by the guards. She was going to be burned to death at the marketplace.

Alfajiri, walinzi walikuja kumchukua Eliza. Alipaswa kufa kwa kuchomwa moto kwenye uwanja wa jiji.

No sooner had she arrived there, when suddenly eleven white swans came flying towards her. Elisa quickly threw a shirt over each of them. Shortly thereafter all her brothers stood before her in human form. Only the smallest, whose shirt had not been quite finished, still had a wing in place of one arm.

Mara tu alipofika pale, ghafla mabata-maji weupe kumi na mmoja walikuja wakiruka kuelekea kwake. Eliza kwa haraka alimtupia kila mmoja wao shati. Muda mfupi baadaye kaka zake wote walisimama mbele yake wakiwa katika hali ya ubinadamu. Mdogo sana tu, ambaye shati lake lilikuwa bado halijamalizika vizuri, alikuwa na bawa badala ya mkono mmoja.

The siblings' joyous hugging and kissing hadn't yet finished as the prince returned. At last Elisa could explain everything to him. The prince had the evil treasurer thrown into the dungeon. And after that the wedding was celebrated for seven days.

And they all lived happily ever after.

Kabla kaka na dada hawajamaliza kukumbatiana na kubusiana kwa shangwe mwana mfalme alirejea. Hatimaye Eliza aliweza kumweleza kila kitu. Mwana mfalme aliamuru mtunza hazina mbaya atupwe gerezani. Baada ya hapo harusi ilisherehekewa kwa siku saba.

Na waliishi kwa furaha muda wote.

Hans Christian Andersen

Hans Christian Andersen was born in the Danish city of Odense in 1805, and died in 1875 in Copenhagen. He gained world fame with his literary fairy-tales such as „The Little Mermaid", „The Emperor's New Clothes" and „The Ugly Duckling". The tale at hand, „The Wild Swans", was first published in 1838. It has been translated into more than one hundred languages and adapted for a wide range of media including theater, film and musical.

Barbara Brinkmann was born in Munich in 1969 and grew up in the foothills of the Bavarian Alps. She studied architecture in Munich and is currently a research associate in the Department of Architecture at the Technical University of Munich. She also works as a freelance graphic designer, illustrator, and author.

Cornelia Haas has been illustrating childrens' and adolescents' books since 2001. She was born near Augsburg, Germany, in 1972. She studied design at the Münster University of Applied Sciences and is currently a professor on the faculty of Münster University of Applied Sciences teaching illustration.

Marc Robitzky, born in 1973, studied at the Technical School of Art in Hamburg and the Academy of Visual Arts in Frankfurt. He works as a freelance illustrator and communication designer in Aschaffenburg (Germany).

Ulrich Renz was born in Stuttgart, Germany, in 1960. After studying French literature in Paris he graduated from medical school in Lübeck and worked as head of a scientific publishing company. He is now a writer of non-fiction books as well as children's fiction books.

Swahili Noun Class Table (I)

Bantu Noun Class	Person		Subject prefix	Subject prefix negative	Subject / Object Prefix	Possessive pronoun ("my", "your" ...)	"all"
1	1st sing.	mimi	ni	si	ni	-angu	—
1	2nd sing.	wewe	u	hu	ku	-ako	—
1	3rd sing.	yeye	a	ha	m	-ake	—
2	1st plur.	sisi	tu	hatu	tu	-etu	(sisi) sote
2	2nd plur.	nyinyi, ninyi	m	ham	wa / -eni*	-enu	(nyinyi) nyote
2	3rd plur.	wao	wa	hawa	wa	-ao	(wao) wote

* Because -wa is also the object prefix of the 3rd person plural, the suffix -eni is frequently appended for disambiguation

Swahili Noun Class Table (II)

Bantu Noun Class	Class Descriptor	Noun (Example)	Adjective (-zuri)	Adjective (-ema)	Subject / Object Prefix	Genitive preposition (-a)	Possessive -angu -ako -ake -etu -enu -ao	Relative morpheme	-pi? (Which?)	-ngapi? (How many?)
1	m-wa	m-toto	m-zuri	mw-ema	a-/yu-*	wa	wangu	-ye	yupi	/
2	m-wa	wa-toto	wa-zuri	w-ema	wa-	wa	wangu	-o	wepi**	wangapi
3	m-mi	m-ti	m-zuri	mw-ema	u-	wa	wangu	-o	upi	/
4	m-mi	mi-ti	mi-zuri	my-ema	i-	ya	yangu	-yo	ipi	mingapi
5	(ji)-ma	jina	zuri	jema	li-	la	langu	-lo	lipi	/
6	(ji)-ma	ma-jina	mazuri	mema	ya-	ya	yangu	-yo	yapi	mangapi
7	ki-vi	kitabu	kizuri	chema	ki-	cha	changu	-cho	kipi	/
8	ki-vi	vitabu	vizuri	vyema	vi-	vya	vyangu	-vyo	vipi***	vingapi
9	n	habari	nzuri	nyema	i-	ya	yangu	-yo	ipi	/
10	n	habari	nzuri	nyema	zi-	za	zangu	-zo	zipi	ngapi
11	u (concrete)	usiku	mzuri	mwema	u-	wa	wangu	-o	upi	/
14	u (abstract)	umoja	mzuri	mwema	u-	wa	wangu	-o	upi	/
15	ku	kusoma	kuzuri	kwema	ku-	kwa	kwangu	-ko	kupi	kungapi
16	pa	mezani	pazuri	pema	pa-	pa	pangu	-po	wapi****	pangapi
17	ku	mezani	kuzuri	kwema	ku-	kwa	kwangu	-ko	kupi	kungapi
18	mu	mezani	mzuri	mwema	m(u)-	mwa	mwangu	-mo	mpi	mngapi

* e.g., yu- can be seen in the locatives (yupo, yuko, yumo) or demonstratives (huyu, yule). The negative form of yu- is formed regularly (ha-).

** The irregular form *wepi* is used to avoid clashes with the word *wapi* meaning "where".

*** "vipi" is also used as an adverb meaning "how"

**** occasionally: papi

Swahili Noun Class Table (III)

Bantu Noun Class	Class Descriptor	Noun (Example)	Demonstrative pronoun (proximal)	Demonstrative pronoun (medial)	Demonstrative pronoun (distal)	-enye ("having")	-enyewe ("self")	-ote ("all")	-o-ote ("any")
1	m-wa	m-toto	huyu	huyo	yule	mwenye	mwenyewe	—	yeyote
2		wa-toto	hawa	hao	wale	wenye	wenyewe	wote	wowote
3	m-mi	m-ti	huu	huo	ule	wenye	wenyewe	wote	wowote
4		mi-ti	hii	hiyo	ile	yenye	yenyewe	yote	yoyote
5	(ji)-ma	jina	hili	hilo	lile	lenye	lenyewe	lote	lolote
6		ma-jina	haya	hayo	yale	yenye	yenyewe	yote	yoyote
7	ki-vi	kitabu	hiki	hicho	kile	chenye	chenyewe	chote	chochote
8		vitabu	hivi	hivyo	vile	vyenye	vyenyewe	vyote	vyovyote
9	n	habari	hii	hiyo	ile	yenye	yenyewe	yote	yoyote
10		habari	hizi	hizo	zile	zenye	zenyewe	zote	zozote
11	u (concrete)	usiku	huu	huo	ule	wenye	wenyewe	wote	wowote
14	u (abstract)	umoja	huu	huo	ule	wenye	wenyewe	wote	wowote
15	ku	kusoma	huku	hucho	kule	kwenye	kwenyewe	k(w)ote	k(w)okote
16	pa	mezani	hapa	hapo	pale	penye	penyewe	pote	popote
17	ku	mezani	huku	hucho	kule	kwenye	kwenyewe	k(w)ote	k(w)okote
18	mu	mezani	humu	humo	mle	mwenye	mwenyewe	m(w)ote	m(w)omote

Swahili - Order of morphemes ("infixes")

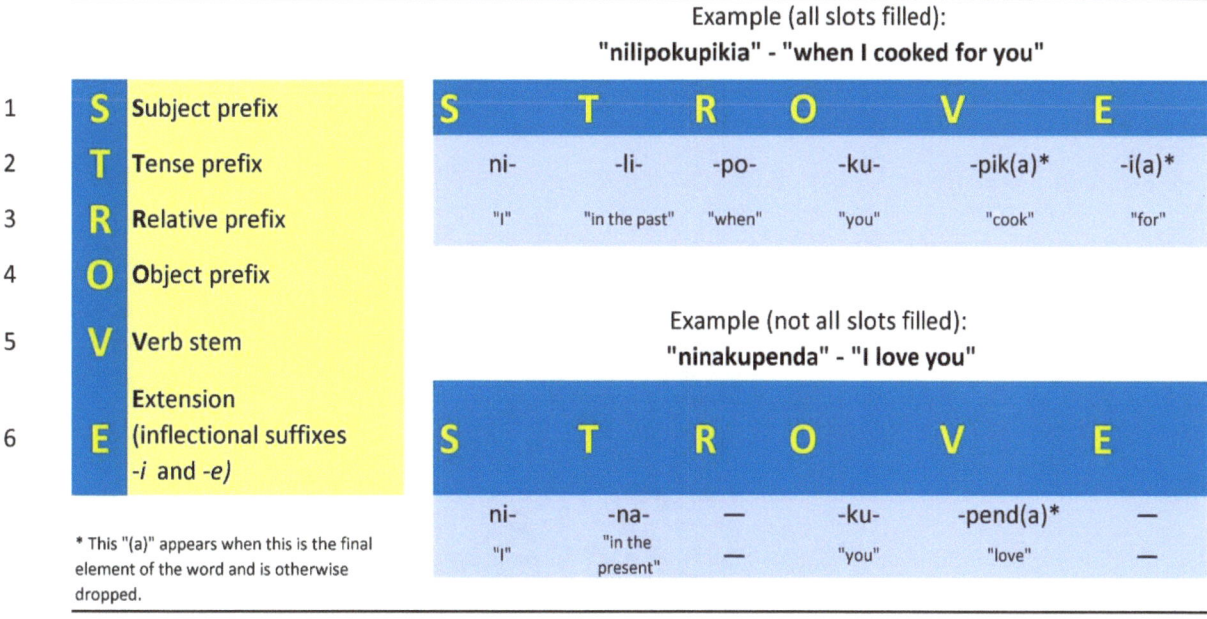

1. **S** Subject prefix
2. **T** Tense prefix
3. **R** Relative prefix
4. **O** Object prefix
5. **V** Verb stem
6. **E** Extension (inflectional suffixes -*i* and -*e*)

* This "(a)" appears when this is the final element of the word and is otherwise dropped.

Example (all slots filled):
"nilipokupikia" - "when I cooked for you"

S	T	R	O	V	E
ni-	-li-	-po-	-ku-	-pik(a)*	-i(a)*
"I"	"in the past"	"when"	"you"	"cook"	"for"

Example (not all slots filled):
"ninakupenda" - "I love you"

S	T	R	O	V	E
ni-	-na-	—	-ku-	-pend(a)*	—
"I"	"in the present"	—	"you"	"love"	—

Do you like drawing?

Here are the pictures from the story to color in:

www.sefa-bilingual.com/coloring

www.ingramcontent.com/pod-product-compliance
Lightning Source LLC
LaVergne TN
LVHW070439080526
838202LV00035B/2670